God

Save the Philippines,

God

Save the World

(Diyos Iligtas Mo ang Pilipinas,

Diyos Iligtas Mo ang Mundo)

An Updated Filipino Version of Jose Rizal's Unfinished, Untitled Story

by

Ramon E. Bayron

ISBN:1721850732
ISBN-13:9781721850730

DEDICATION

For my mama Siony and my fellow Filipinos.

CONTENTS

ACKNOWLEDGMENTS

My sincerest thanks to everyone in the Philippines and around the world who have, in one way or another, contributed to making this book possible. Peace and Bliss. Mabuhay!

CHAPTER ONE : GOD CONVENES THE COUNCIL IN HEAVEN

Ibinaon sa limot ng mga naninirahan sa lupa, maraming siglo nang inabanduna ng Amang Diyos ang pamamalakad sa mundong ito.

Ipinaubaya Niya ang pamamahala sa mga santo at iba pang mga sikat na idolo na kanilang sinasamba sa kanilang kabaliwan.

Hinayaan Niya ang mga tao na sumamba sa mga santo at iluklok sa pamahalaan ang mga sikat na idolong kinababaliwan nila.

God the Father

Itinuon Niya ang Kanyang atensyon sa ibang mga planeta at ibang mga 'solar systems' na mas magaganda at mas malalaki kaysa sa atin.

Sa mga mundong iyon, simple at dalisay ang pagsamba na inihahandog sa Walang Hanggang Manlilikha.

At sa mga pagkakataon na natutuon ang Kanyang makapangyarihang paningin sa ating maliit na mundo, na natatakpan ng mga ulap at umiikot sa alanghanggang kalawakan, ay agad din Niyang binabawi ito at ibinabaling sa iba. Dahil nayayamot Siya, tulad ng isang ama na sumasama ang loob sa tuwing makikita ang isang anak na walang-utang na loob at namumuhay ng masama.

Kaya naman ang daigdig, na inabanduna sa mga diyus-diyusan, ay nabalot ng kahirapan at mga sakit.

Bumaba ang kadiliman sa lupa at sa kailaliman ay ang mga hiyawan ng mga galit na damdamin, tila mga ahas na nakalibing sa mga lungga.

Umalingawngaw sa kalawakan ang pananangis ng mga sawimpalad at ang mga tinig ng mga biktima ay lumagpas sa mga ulap at umakyat sa trono ng Makapangyarihan sa Lahat.

Hanggang dumating ang sandali na naawa ang Panginoon at isang araw, isinuot Niya ang Kanyang salamin sa mata at sinabi sa sarili ---

"Aber, tingnan nga natin kung ano na ang nangyayari sa mga walang kwentang tao ng kulay-kahel nilang mundo."

Pinagmasdan ng Diyos ang lupa at nagkataon naman na ang nakita ng Kanyang mga mata ay ang isang grupo ng mga bulubunduking isla, na napaliligiran ng maunos na dagat at inuuga ng mga pagyanig, parang isang taong nalason ng asoge.

The Islands

Doon ay may nakita ang Diyos na mga lalaki, iba't-ibang lahi at kulay.

Nakasaya ang ilan, ang iba naman ay nakapantalon. Ang una ay inahit ang kanilang ulo sa tuktok. Ang natira na lang ay ang buhok sa paligid ng ulo. Baligtad naman ang sa ikalawa. Sa paligid ay ahit ang ulo pero may isang tungkos ng buhok sa gitna, mahaba tulad ng sa mga babae.

Ang mga lalaking ito'y nagyuyuyukuan na parang mga kabayo at nagsasalita sila ng maraming kalokohan. Iyon daw ang ipinagagawa raw ng Amang Walang Hanggan. At ang iba pa ay gumagawa ng mas marami pang panlilinlang at mas masahol ang mga kalokohan. Naniniwala rin silang natutuwa ang Diyos sa kanila.

Akala tuloy ng Amang Walang Hanggan, nakakakita siya ng isang guni-guni! Iniayos ng Diyos ang Kanyang salamin sa mata at nagmasid pang mabuti.

Nakita Niya na may minorya ng mga tao na walang ginagawa sa buhay kundi ang mang-api at mang-alipin ng kapwa. Dinudukot nila ang mga mata, sinisipsip nila ang utak at hindi pa rin kuntento, inaalipusta at nilalait nila ang mayorya.

Pero ang ipinagtataka sa lahat ng Amang Walang Hanggan ay ang makita na hindi masaya sa buhay ang lahat ng mga tao. At ang totoo pa nito, mas lalong hindi masaya ang mga nang-aapi kaysa mga inaaapi!

"Anak ng jueteng! Tinamaan ng lintik! Masama na yata ang sitwasyon sa mga pulo", bulong Niya sa sarili, sabay iling at haplos sa Kanyang balbas.

Nang mga sandaling iyon, naglalakad sa di kalayuan Arkanghel Gabriel. Napansin siya ng Amang Walang Hanggan at sa isang malakas na tinig ay ---

"Hoy ikaw, halika rito!"

Agad lumapit si Gabriel.

Archangel Gabriel
Doge's Palace, Venice
© Marie-Lan Nguyen / Wikimedia Commons

"Alam mo ba kung ano ang pangalan ng mga luntiang isla na nariyan sa ibaba? Ang mga taong nakatira riyan ay kakaiba, pero lalong kakaiba ang mga kaugalian nila."

Tiningnan ni Gabriel ng itinuturo ng Amang Diyos.

"Opo, alam ko opo! May templo at may plaza ako diyan dati!"

Napasigaw sa gulat ang Amang Walang Hanggan.

"Ikaw, Gabriellito?! May isa kang isang templo at isang plaza?! Inaaprubahan mo ang mga ganuong luho?!"

"Pero sinikwester na po nila sa akin ang mga iyon! Ibinigay na nila sa pari.

Nasa mga kamay na ng mga prayle ang lahat doon!"

"Prayle ba 'kamo? Ano'ng insekto 'yan?"

"Ang isang prayle...ang pari...Mahirap pong ipaliwanag ang bagay na 'yan. Kahit ako, hindi ko rin po maintindihan!"

"At ano ang ipinangalan sa mga islang iyan?", tanong ng Diyos habang buong interes na nakatingin sa lupa.

"Ahh...Ang Kapuluan ng Pilipinas!"

"Aha! Iyan pala ang pinag-uusapang Pilipinas! Ang bansa na pinanggagalingan ng maraming kung anu-ano... Pero akala ko

ay…

Sabihin mo nga sa akin, Bakit tunog-Kastila ang pangalan ng mga isla samantalang ayon sa dinig ko, iilan-ilan lang sa mga nakatira diyan ang marunong magsalita ng wikang Kastila?"

"Isa pang tanong 'yan, Amang Walang Hanggan… Kasi po nasa ilalim ng kapangyarihan ng mga Kastila…ng mga Puti…ang mga kayumangging Pilipino."

"Nasa ilalim ng kapangyarihan, Gabriel? Nasailalim ng kapangyarihan ba ikamo? Ngunit nilikha kong malaya ang mga tao. Ipinanganganak na malaya ang mga tao. Lahat ng tao ay pantay-pantay! Puti man o kayumanggi!"

"'Tanong' na naman po 'yan!"

"Itigil mo na nga ang kasasabi ng 'tanong,' Gabriel at magpaliwanag kang mabuti."

"Naku po! Kung ako ang magpapaliwanag sa Inyong Banal na Kamahalan ng mga bagay-bagay na nangyayari sa Pilipinas, kahit abutin tayo ng pitong araw, hindi tayo magkakaintindihan!"
"Pero hindi mo ba maipaliwanag man lang sa akin? Nilikha ko ang lupa para sa tao, para sa sinoman na magbubungkal nito. Nilikha ko silang malaya at pantay-pantay. Pero bakit at paanong nangyari na napasa-ilalim ng kapangyarihan ng mga Kastila ang mga Pilipino?"

"Ah…kasi po ginamit nitong si Papa Alexander VI ang pangalan ng Inyong Banal na Kamahalan ..."

"Ano kamo?! Ginamit ang pangalan ko?! Ang linta! Sino ba 'yang Papa Alexander VI na 'yan ?!", bulalas ng Ama na Walang Hanggan na hindi nakapagpigil

"'Tanong' na naman po iyan… Dapat i-Senate Inquiry…", sagot ni Gabriel na hindi maiwasan ang kanyang nakaiiritang gawi.

Pope Alexander VI

"Ang alam ko po, nagpanggap na tagapamahala raw siya ng buong mundo sa ngalan ng Inyong Banal na Kamahalan iyang si Papa Alexander VI.

Tampalasan ang taong iyan. Marami siyang nilason. Nasangkot pa nga siya at ang kanyang anak na babae sa sex scandal."

"Jesus Maria! Jesus Maria!! At namuno sa pangalan ko ang animal na iyon?!

Sanctus Deus!," putol ng Ama habang nangungurus.

"Kasi po hindi N'yo na iniintindi pa ang lupa, Banal na Kamahalan...! Syempre po, kapag tulog ang amo, nagpi-fiesta ang mga alila at mga magnanakaw!", sundot ni Gabriel sa tonong naninisi.

Sa buong mundo, kilalang isang manggagantso si Alexander kaya isinumpa at itinakwil na siya ng lahat ng mga disenteng tao sa buong sibilisadong Europa at Amerika. Ang pangalan niya ay katumbas ng mga salitang malaswa, mamamatay-tao, manlalason, intrigero, manyak kahit sa kadugo.

Nag-iisa na lang ang Pilipinas na umiidolo sa kanya! Diyan ipinangalan pa nila ang isang buong kalye sa kanya!"

"Totoo ba 'yan?! Sira na ba ulo ng bansang iyan? Pero ituloy mo. Sabi mo ang kriminal na ito, sa pang-aabuso sa pangalan ko ay..."

"Ibinigay niya ang Pilipinas sa mga Portuges!"

"Sa mga Portuges? Pero ang sabi mo ang Pilipinas ay nasa ilalim ng kapangyarihan ng mga Kastila? At ano na nga ang nangyari sa aking honor at sa aking mabuting pangalan?"

"'Yan ay isa pang ...ang ibig kong sabihin...ipaliliwanag ko po. Sinamantala ni Alexander VI ang pagpapapabaya ng Inyong Banal na Kamahalan. Hinati niya ang mundo sa pagitan ng mga Kastila at Portuges..."

"Pero, sino ang nagbigay sa kanya ng kapangyarihan na hatiin ang lupain sa mundo na hindi naman kanya?!"

"Naku! Banal na Kamahalan, napaghahalata po na matagal na Kayong hindi updated sa mga pangyayari sa lupa. Hindi napipigilan ng anomang kunsiderasyon ang mga Papa! Hawak daw nila ang langit, hawak nila ang kaharian ng Banal na Kamahalan at hawak din daw nila maging Kayo mismo, Banal na Kamahalan!"

"Hawak nila ang langit?! Hawak nila ako?! Ako, hawak nila?!! Ako??!! Hawak nila ako??!!! 'Yan ba ang sinabi mo?!"

"Ahh...Opo...", sagot ni Gabriel.

Sa pagkabigla ay napatayo ang Diyos Ama.

"Pero hindi lang ang mga papa ang nag-aangkin ng ganyang

17

katinding ere.

Hindi lang ang mga papa ang ganyan ka- 'bigatin.' Maging ang kahuli-hulihang prayle, na sa Maynila, ang tawag namin noon eh ang 'huling unggoy.' Sila man ay nagpapadala raw ng mga kautusan sa Inyo/ Ginawa Kayong parang dummy, tagapagpatupad na lang ng kanilang mga kagustuhan. Uy, uy, uy!"

"Jesus Maria! Jesus Maria! Posible bang mangyarin 'yan?!", bulalas muli ng Ama sabay patong ng dalawang kamay sa banal Niyang ulo.

"Oh tempora! Oh mores! Oh ang mga panahon nga naman ngayon! Oh ang ugali nga naman ng mga tao ngayon! Pero ituloy mo, sabi mo ay hinati ang mundo sa pagitan ng mga Kastila at Portuges…"

"Ang mga isla na nakita ng Inyong Banal na Kamahalan, ay napunta sa Portugal."

"At binili ito ng Espanya?"

"Hindi Panginoon, kabaligtaran po ang nangyari! Isang Portuges na may kaibigan sa kabilang panig, ang ipinanalo ito para sa Espanya…"

"Isang Portuges? Trinaydor niya ang kanyang bansa? Hindi kita maintindihan!"

"Opo, Ama. 'Bumalimbing' siya laban sa bansa niya. Ang katwiran niya, hindi raw kasi pumayag ang kanyang hari na taasan ang kanyang upa."

"At dahil doon nagtaksil siya sa kanyang hari at sa kanyang bansa? Ano ang ginawa nila sa kanya pagkatapos?"

"Ipinagtayo ng isang monumento sa Pilipinas at isinunod ang mga kalsada sa kanyang pangalan, tulad ng ginawa nila du'n sa isa."

"Na naman?! Lahat ba ng mga 'corrupt', pinararangalan sa Pilipinas?!"

Itiniklop ni Arkanghel Gabriel ang kanyang mga pakpak at bumulong... *"Basta ako, wala na akong iglesia sa Pilipinas."*

"At ano ang ginawa ng Portugal pagkatapos?", tanong ng Ama na lalong naging interesado sa gusot.

"Nagreklamo po. At si Charles I, ang hari ng mga Kastila, matapos pag-aralan ang mga sitwasyon at dahil kailangan niya ng malaking pera, ay binitiwan ang anomang hawak niyang karapatan sa mga isla, pabor sa Portugal."

King Charles 1

"At pagkatapos, kinuha na ito ng Portugal?"

"Hindi po Ama. Nagpadala uli si Charles I ng iba pang mga expedisyon pero laging bigo na makuha ang mga isla, Hanggang sa nasakop na rin ito ng kanyang anak sa pamamagitan ng mga tratado - may halong katusuhan, pakikipagdigma at mga magagandang pangako."

"At si Charles I at ang kanyang anak na lalaki, may mga monumento na sa Pilipinas?"

"Wala pa po, pero darating din ang oras na magkakaroon sila"

"At hindi ba naman nagalit si Alexander nang makita niyang ang mga pasya niya ay hindi nasunod? May nagawa ba siya?"

"Patay na po ang lolo nang mga panahon na iyon. Nilason po siya. Isa pa, wala na naman po yatang naniniwala o sumeseryoso sa kanyang mga desisyon."

"At ang mga tao? Ano ang sinasabi nila tuwing nakikita nila na ang aking lubhang sagradong pangalan ay nasasangkot sa mga eskandalosong transaksyon tulad niyang sinasabi mo?"

"Ano po ang sasabihin nila, Amang Walang Hanggan, kundi...'Walang Diyos' o kung may Diyos man ay pinabayaan N'yo na po sila."

Nagtakip ng mukha ang Matandang Diyos. Pero paglipas ng ilang sandali, hinayaan na rin Niyang makita ang Kanyang mukha na larawan ng mapait na pamimighati. At Siya'y nagtanong ng ganito...

"Gabriel, dahil nakarating ka na sa Pilipinas, at mukhang alam mo ang maraming bagay tungkol sa mga Pilipino at iba pang mga

naninirahan doon.

Sabihin mo sa akin, sa iyong palagay, ano ang marapat na lunas sa mga masasama, malulubha, masasakit at matatagal nang suliranin ng Pilipinas?"

"Tinatanong ng Amang Walang Hanggan ang aking opinyon?"

"Oo, anak ko dahil nakarating sa akin ang kanilang mga pagdaing at gusto ko nang bigyang katapusan ang mga paghihirap nila."

"Kung ko lang po ang masusunod, Panginoon, ilalagay ko po sa aking mga palad ang buong kapuluan ng Pilipinas at... Ganito, Amang Walang Hanggan, ganito..."

Ipinakita ni Gabriel kung paano tila *unti-unting* dinudurog ang isang bagay sa pagitan ng kanyang mga daliri.

"Pagkatapos, gagawa ako ng mga bagong isla at mga bagong mamumuhay roon. Tama! Ganu'n nga!"

"Tama na. Tumigil ka na. Napaghahalatang bata ka pa at hindi sanay humarap sa mga problemang bunga ng kademonyuhan. Marahil nagdaramdam ka pa rin na kinuha ang iyong templo at ang iyong plaza at ibinigay sa... Ano nga ang tawag mo doon?"

"Prayle! Pari! Prayleng Pari!"

"Iyon nga! Prayle! Paring Prayle. Prayleng Pari! Pambihirang pangalan. Kahit ako ay hindi ko matandaan na nilikha Ko ang gayong bagay. Pero huwag kang maging mapaghiganti. Tularan mo ako. Isipin mo. Tinawag nila akong 'Diyos ng Paghihiganti,' Ako--na puno ng awa sa lahat! Ako ang nagbigay ng lahat pero wala ako ni isang templo roon. Ako na nilikha ang lahat nang walang bayad ay inaabuso pa ang pangalan upang sirain ang aking nilikha.

Subalit hindi lamang sa hindi ako maghihiganti, kundi ngayon gusto ko pang ibigay ang kaligayahan na hinahanap nila."

"Mabuti po kung gayon. Mapalad po ang mga tao. Mapalad pa rin ang mga Pilipino. Tutal hindi po nagustuhan ng Inyong Banal na Kamahalan ang aking mga opinyon, bakit hindi po kayo magtanong sa iba na mas sikat sa Pilipinas kaysa sa akin? (Sa mga artista; Kay Kris Aquino, sa mga pulitikong nag-aartista o kay Pacquiao). Nandiyan po si San Andres, ang patron ng Maynila.

Taun-taon, engrandeng fiesta ang ipagdiriwang para sa kanya. Kumpleto sa mga palabas at gimik; may mga bandera, mga prusisyon, mga tambol, mga opisyales ng pamahalaan na naka-costume pa, mga kabayo at iba pang mga antigong burloloy!"

At ang Arkanghel, pagkatapos yumukod bilang paggalang, ay lumayo na.

"Ikaw Andres, ano ang nalalaman mo tungkol sa Pilipinas?," *tanong ng Dakilang Diyos sa isang matandang lalaking dumaraan at pasan-pasan ang isang krus na hugis-X."*

Natakot ang matandang apostol nang marinig na siya'y tinatanong, at nabitiwan ang krus nang mabanggit ang pangalan ng Pilipinas.

"Ano? Sa palagay mo, paano ko mailalagay sa ayos ang Maynila?"

Pagkarinig ng mga salitang 'mailalagay sa ayos' at 'Maynila', napaismid si San Andres at nagdasal na lang sa mga santo.

St Andrew
Camillo Rusconi
Archbasilica of St. John Lateran

"Ano? Magsalita ka. Ano ang maipapayo mo?"

"Panginoon ko, ako po'y walang kabuluhan. Wala! Wala po akong kinalaman sa bansang iyon at ayoko nang maugnay sa mga tao roon. Isa akong tahimik na santo, madalas walang imik. Wala akong masyadong naiintindihan sa mga batas. Hayaan na lang nila akong mag-isa. Sapat na ang mga sakit ng ulong ibinigay nila sa akin!"

"Pero, hindi ba ikaw ang patron ng Maynila?"

"Hindi po, hindi po…opo…hindi po Ama…opo Ama… ang ibig kong sabihin… kasi po… pero… hindi… hindi po… hindi."

"Tao, ipaliwanag mo ang iyong sarili."

Inilagay ni San Andres ang kanyang kamay sa kanyang batok, pinaypay ang dulo ng kanyang balabal dahil nararamdaman niyang muli ang paghihirap gaya noong siya'y ipinako sa krus. Sa huli, napilitan na rin siyang magsalita…

"Banal na Kamahalan, wala po akong kasalanan. Ganito po ang mga pangyayari. Ilang taon matapos masakop ng mga Kastila ang Pilipinas, maraming mga Intsik ang dumating at gustong sakupin din ang mga isla.

Naglabanan sila doon. Nagpatayan sila doon. Hindi po ako nakialam. Paano po ako makikialam? Pagkatapos ng mga labanan at pagdanak ng dugo ninais ng mga nagtagumpay na palabasing matuwid ang lahat ng nangyari kaya isinangkot nila ako sa gulo. Sinabi nilang ang kanilang tagumpay ay dahil daw sa aking interbensyon! Hindi nga po ako nakialam eh! Itinuro nilang batayan ang petsa kung kalian nangyari ang labanan, araw daw iyon piyesta ko! Para bang kasali ako sa lahat ng mga bagay na ginawa sa araw na iyon! Pero eto po ang pinakamaganda, Amang Banal, hindi talaga araw ng aking fiesta ang petsa na ginamit nila. Nagkamali kasi ang mga Kastila sa petsa ng Kalendaryo dahil isinunod sa araw ang kanilang paglalayag. Kaya nga po makikita ng Banal na Kamahalan na talagang walang akong kinalaman sa mga paratang."

"At kaninong kaarawan natapat ang petsa ng paglalaban?"

"Paano ko pong malalaman, Amang Walang Hanggan? Sa isa po yatang nagngangalang Proculo, o isang Evasio. Maraming mga santo sa Kalendaryo! Sampu-singko! Sila ang dapat umako sa pananagutan!"

Hinanap ang mga tinutukoy na santo ngunit hindi sila kilala ng mga anghel.

Hindi pa rin nauubusan ng pasensya ang Ama na Walang Hanggan, ngunit nagtataka na Siya at nagsabi...

"Pero alamin nga natin, gusto kong malinawan, ano'ng relihiyon ba ang sinusunod sa Pilipinas?"

Nagtinginan sa isa't-isa ang mga pinagpala. Makikita sa mga mata ng mga anghel na iniisip nila ang isasagot, parang mga batang hindi gumawa ng 'assignment.'

Hanggang isang may kato sa katawan at matapang kaysa iba, isang tunay na pilyong anghel, ang nagsalita...

"Ang relihiyong Kristiyano!"

"Sino ang nagsabi na ang aking relihiyon ang sinusunod sa Pilipinas?", mabilis na depensang-tanong ng isang lalaki, sa isang malinaw at maugong na tinig…

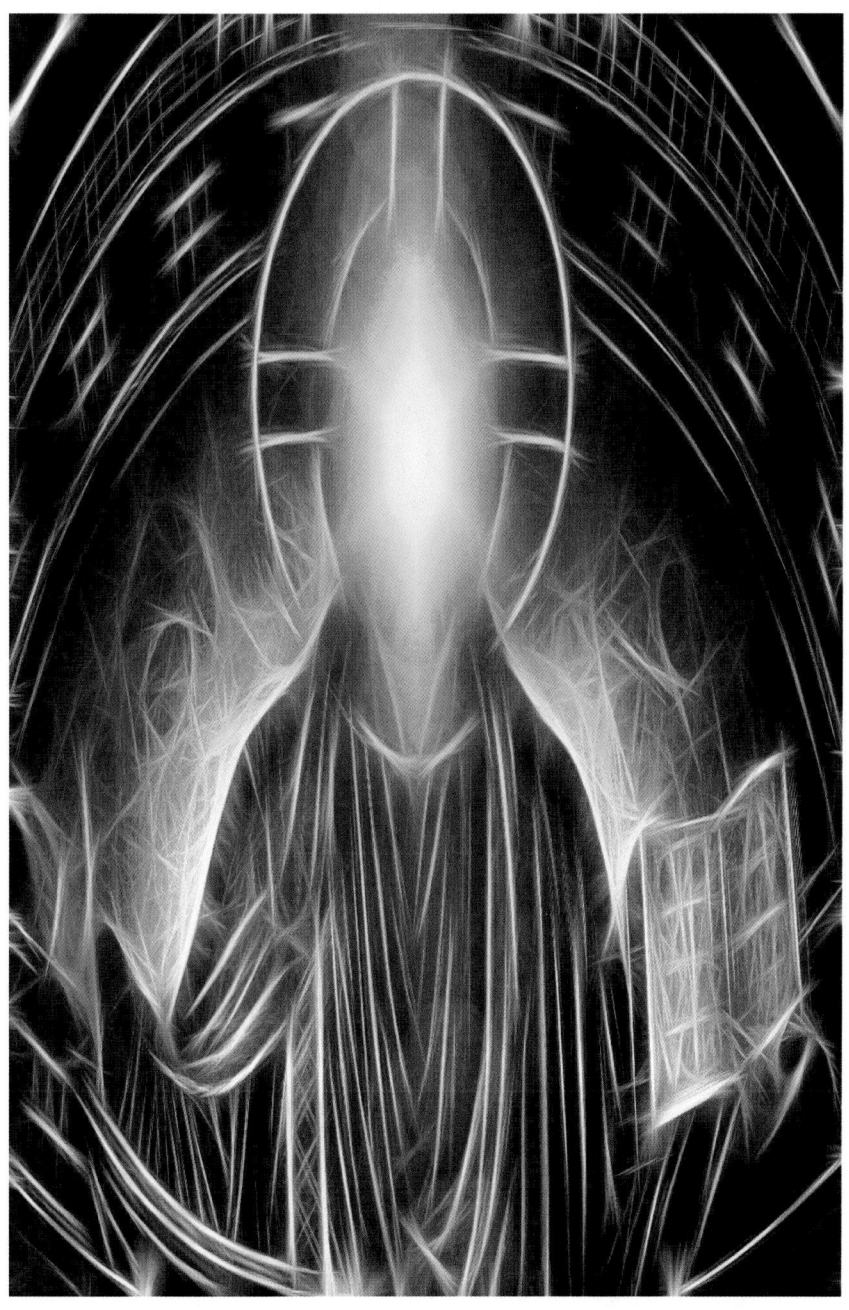

"Sino'ng nangahas na siraang-puri ang relihiyon ko?"

Gumitna sa kapulungan ng mga banal ang isang matangkad na lalaki.

Seryoso at disiplinado ang Kanyang anyo. Makisig ang tindig at magiting kung lumakad.

Sa langit, siya ay tinatawag na Jesus, ang isa sa mga pinakadakilang tagapagtatag ng mga relihiyon. Hinahanap ng kanyang mga mata ang pilyong anghel.

Dahil sa takot at pagkalito, ang pilyong anghel ay nagtago sa likod ng kanyang mga kasama. Hinila nila ang kanyang dila at sinabi: *"Iyan ang dapat sa iyo!"*

"Ano'ng relihiyon kung ganoon ang sinusunod sa Pilipinas? Wala bang relihiyon ang mga taga-Pilipinas?"

Tanong muli ng Walang Hanggan habang nakatingin sa lahat.

Nanatiling seryoso at tiim-bagang si Jesus. Kahit nakatingin sa kanya ang marami, hindi siya nagsasalita. Sa huli, isang lalaking higit na mas matanda, na lahing Mongolian, na may mahabang bigote at balbas, moreno at singkit ang mga mata, pagkatapos ng maraming mga seremonya at mga pagyukod, ay nagsalita na may pinatutungkulan ngunit mahinahon pa rin na tinig...

"Nagsasabi ng katotohanan ang makatarungang Jesus. Ang

kanyang relihiyon ay hindi nga sinusunod sa Pilipinas at pangangahasan ko pang sabihin na ang doktrina niya ay hindi ganap na kilala roon. Subalit hayaan N'yong idagdag ng Inyong alagad na Kungsten na samantalang totoo na hindi umiiral doon ang kanyang mga banal na batas, isinasagawa naman sa kanyang pangalan ang mga pang-aabuso, ang mga krimen at ang mga walang katulad na kasaman. Alam ko ito dahil ang aking bansa ay malapit sa Pilipinas at marami sa aking mga kalahi na mapagsamba sa diyus-diyusan ang nagiging mga Kristiyano dahil sa mga layuning humigit-kumulang ay di malinis, humigit-kumulang ay di tapat."

Lubos na iginagalang sa buong kalangitan ang mga salita ni Kungsten, kaya si Jesus ay hindi nagalit. Pero ganito ang sagot Niya.

"Sumasang-ayon ako sa iyo Kungsten, ngunit hindi ako maaaring managot para sa mga pang-aabuso na ginawa sa aking pangalan ng ilang mga hipokrito - isang lahi ng mga serpiente at mga ahas, mga libingan na itinago sa puting pintura. Kung ang pangalan ng Ama ay inabuso, ang sa akin pa ba ang hindi? Ang aking aral ay nakasulat at kahit sinira ang hugis nito, ito pa rin ay nagnininingning, sumasawata. Inaabuso ang pangalan ko dahil nakalimutan na ako ng mga tao, dahil hindi nila naaalala na ang ipinangaral ko ay pag-ibig at kawanggawa, na hindi ako sumasang-ayon sa anumang uri ng kalupitan…ng pang-aapi. Hindi ko ba sila tinuruan na hanapin ang katuwiran… na magsuri… na magtanong? Bakit nila isinasara ang kanilang mga mata? Kasalanan ko ba na may mga bulag at mga hangal sa lupa? Hanggang sa anong katatawa-tawang hugis nila ako paliliitin, na sa paglimot nila ng aking doktrina, ang moral ng aking gawa, ang espiritu ng aking pangangaral, ngayon ay gumagapang silang sinasamba ang iba't-ibang bahagi ng aking katawan at lamang-loob? Kinapopootan ko sila na lahi ng mga hipokrito at matagal na sana akong nagprotesta kung hindi ko

31

lang alam na sa gitna ng kaguluhang iyon ay lumalakad ang aking ina."

"Paumanhin, anak ko," pasubali ng isang magandang babae na may matamis na mukha at tingin na maawain.

Mother Mary

"Ang pangalan ko ay inabuso nang higit pa sa iyo at kung hindi man ako nagsalita, ito ay upang hindi ka na bigyan pa ng hapis. Alam mo ba anak. Isa akong negosyo doon? Ang pag-ibig ko, ang damdamin ko, ang pangalan ko ay ginagamit upang makuha ang kahuli-huling barya ng mga mahihirap, upang mabalo ang mga babaeng may-asawa, upang madungisan ang mga birhen, upang

mailubog ang buong pamilya sa kamangmangan at paghihirap. Kung hindi itim o kayumanggi ay puti ang pintura na inilalagay nila sa akin. Ako na sanay mabuhay mula sa aking paggawa at hindi nanghihingi kaninoman, ay pinapupunta sa bawat nayon,sa mga bahay-bahay, na namamalimos ng ginto para lamang mabusog sila na namumuhay sa pagpapasarap at karangyaan, ang balabal ko ay ginagamit upang pagtakpan ang kanilang mga malalaswang relasyon, ginawa akong tindera ng mga rosaryo, mga eskapularyo, mga sinturon at kung bihisan man ako ng maganda ay upang kumita pa ako ng mas maraming salapi bilang isang mananayaw sa sirko. Pero hindi pa nasisiyahan na gawin sa akin ang lahat ng mga iyon, ipinaaako pa nila sa akin ang maraming pangangailangan at mga kahinaan. Ako raw ay mapaghiganti, sakim, malupit, at paminsan-minsan sinasabing ako'y napopoot, na sinasalungat ko ang aking sarili, na nakikipaglaban ako sa aking sarili ako ay inilulubog sa tubig, pinagsasayaw… pinagsusuot ng mga katawa-tawang damit. Iniuugnay ako sa maraming bunga ng maling pananampalataya at lahat ng uri ng mga kalokohan. Ngayon na alam mo na ang lahat, nakikiusap ako sa iyo, oh aking anak…alisin mo na ako sa Pilipinas dahil hindi ko na matiis ang lahat. Iwanan mo doon ang mga santo upang sila ang mag-ayos. Sina Agustin, Dominic, Ignacio…"

St. Augustine

"Nequaquam! Oh hindi! Oh hindi! Masama rin ang inabot ko roon. Ang mga anak ko, kung hindi mga simpleng manunulat, ay mga bulaang mangangaral naman, ang pinakamahusay na ay isang komedyante! Regalo ko na lang sila sa iyo, Francisco."

"Masyadong matataba naman ang sa akin!", sagot ng payat at malungkuting si San Francisco.

St Francis

"Mas gusto ko pang makitungo sa mga alaga kong hayop. Si Ignacio ang may kayang humawak sa kanila, siya ang pinakamautak at pinakamapamaraan sa atin."

St. Ignatius Loyola

"Kailangan ng malaking pananampalataya at matibay na loob para may magagawa ako. Disiplinado at sinusunod ng aking mga anak ang aking mga alituntunin, pero ang mga anak mo, aking mahal na Domingo, sa kabila ng maayos na pakikitungo ko sa kanila ay naghahanap pa rin ng mga paraan upang maging mahirap ang anomang gawain, upang subukan na itaboy ako... Kung maaari sana mamagitan ka."

St. Dominic

"Sino?! Ako?! Mamagitan?! Aba sige, kahit anong araw! Pero patatalunin muna nila ako na suot ang aking eskapularyo at pekeng kwintas. Ganuon sila katapang. Kaya nilang gawin ang kahit ano sa kahit sinoman na magbabantang bawian sila ng negosyo! Ang Nuncio o si San Pedro ang pinakamabuting umayos sa kanila!"

"Sino ang bumanggit ng pangalan ko?!", tanong ng isang paos na tinig, parang isang matandang pahinante.

St. Peter

Siya si San Pedro, panot ang ulo at at puno ng tinta ang mga kamay. Lumapit siya sa umpukan ng mga banal. Sumagot si San

Domingo…

"Sabi namin, Ikaw ang marapat umayos ng mga bagay - bagay sa Pilipinas dahil sa iyo ang Papa…"

"Teka lang! Huwag n'yong babanggitin sa akin ang anoman tungkol sa Papa!

Pakiusap! Please lang!", mahigpit na saway ni San Pedro.

"Tingnan ninyo nga ang mga kamay ko, puno na ng tinta sa katatatatak ng mga indulhensya! Para kong pinukpok ng drum ang ulo ko! Pagtapos ngayon, ako pa ang mag-aayos sa Pilipinas? Eh paano kung bitayin nila ako roon? Bakit ko aayusin ang isang bansa na ang mga anak ko ay mga alila o mga katulong ng mga Obispo samantalang ang iyong mga anak ay sinisipsip ang taba ng bayan? Ikaw ang mag-ayos sa kanila o mas mabuti pa, SILA ang mag-ayos ng kanilang mga sarili!"

Pagkasabi nito, agad umalis si San Pedro nang may marinig siyang kumakatok sa pinto.

"Tama! Tulungan nila ang kanilang mga sarili!" – San Domingo

"Sa sarili nilang tinapay dapat silang kumain!" – San Francisco

"Sa Diyos ang awa sa tao ang gawa!" – San Agustin

39

"Nasa kamay ng bawat bansa ang sarili nilang kapalaran!" – Inang Maria

"Kaya nakapagmamalupit ang mga malulupit ay dahil pumapayag ang mga pinagmamalupitan!"

"Sila na tanggap lang ng tanggap ng pagpapahirap ay mauuuwi lang sa wala!"

Ang mga ito at maraming iba pa ang sinabi ng mga banal sa kanilang takot na mapapunta sa Pilipinas. Lalong naguluhan ang Ama na Walang Hanggan sa nakitang reaksyon *ng mga banal, na tila* lahat ay nais makatakas sa panganib.

"Pero magsiyasat muna tayo. Alamin natin kung ano na ang kasalukuyang mga pangyayari sa Pilipinas. Sino sa inyo ang may bagong balita??

Katahimikan.

"Wala?! Tinamaan ng lintik! Wala bang Pilipino diyan?"

"Marami po, Amang Walang Hanggan," sagot ni San Juan, ang estatistiko ng langit.

St John the Evangelist

"Ngunit po 'kakaiba' sila, 'iba ang dating' nila…"

"Hindi bale. Basta. Palapitin sila at subukan nating makakuha ng kahit anong impormasyon sa kanila. Nagawa kong lumikha ng

lahat ng bagay mula sa wala!"

Nanawagan ang mga anghel sa buong kaluwagan ng langit.

"Mga Pilipino! Ay! Mga Pinoy! Kayong mga taga-Pilipinas!"

Kapansin-pansin na di pangkaraniwan ang makikitang mga ikinikilos ng iba't-ibang grupo ng mga naninirahan sa langit. Tulog ang marami sa mga Pilipino habang ang iba ay nagtatago sa paniniwalang sila ay kukwestiyunin, hahanapan ng sedula o pagtatrabahuhin ng libre sa mga proyekto ng gobyerno, atbp. Ganuong trato ang kinasayan nila sa lupa.

Pagkakita sa kanila, nagkikindatan ang mga anghel sabay turo ng kanilang mga daliri sa mga Pilipino.

Pinipigil ng mga birhen ang kanilang mga ngiti, nagtatakip ng mukha gamit ang pamaypay habang nagbubulungan sila.

Ang mga matatanda ay nagsusuot ng kanilang mga salamin sa mata upang makakita ng mas mahusay at ang mga arkanghel, kerubin at serapin na hindi maaaring maalis ang kapormalan ay nagsisikuhan at nag-uubuhan.

Di nagtagal at isang linya ang nabuo na sa kahabaan ang dulo nito ay hindi na makita, dahil patuloy pa itong humahaba nang humahaba.

Sa unahan ay ang mga pinaka-distinggido, ang mga pinakamatatanda, sila na may mga pinakaaburidong hitsura at mga mukhang Biyernes Santo sa alas-tres ng hapon.

Ang mga kabataan, ang mga taong may makabagong hitsura at maamong kilos nasa likuran. Ayaw ng mga matatanda na makisalamuha sa kanila.

Iniharap ni San Juan Evangelista ang una at iniisa-isa ang kanyang mga galing at mga katangian. Siya ay isang peninsular na may matigas na balbas pero mas matigas ang kanyang mukha. Iti ang ikinamatay niya sa Pilipinas.

"Ang kagalang-galang na Don Policarpio Rodriguez Mendez ng Villaencina, dakilang Filipinologo, na ayon na rin sa kanya ay marami siyang nalalaman tungkol sa Pilipinas dahil sa kanyang mga paglalakbay sa lahat ng mga isla roon. Kilala niyang mabuti at naiintindihan ang mga Indio, at alam niya kung bakit, kung paano at sa kung anong paraan hindi umuunlad ang buong kapuluuan ng Pilipinas", pagpapakilala ni San Juan

"Magaling! Halika. Magsalita ka sa amin! Ipaunawa mo sa amin! Bigyan mo kami ng inspirasyon!", bulalas ng Diyos Ama,na buong galak siyang tinanggap.

Ang lahat nang naroon sa pinakamataas na kalangitan ay tumahimik, maging ang mga pilyong anghel at ang mga birhen ay itinigil ang pagngingitian at pagkikindatan.

43

Umubo muna si Don Policarpio, etc., etc., ng makalawa at makatlong beses pa, bago tumingin sa kanan at naglakad nang buong taray. Nagpakawala siya ng dura, mula sa ilalim ng ngipin,na sa sobrang lakas, ang laway ay bumagsak sa pinaka-bunbunan mismo ni Santo Domingo. Pero wala siyang pakialam na humingi ng dispensa, bagkus ay umubo uli at sa tinig na tila paos ay nagsimulang magsalita:

"Alamin, tandaan ninyo na nalalaman ko ang mga bagay-bagay tungkol sa bansang iyon at ako'y may karanasan... Iyan ang totoo! Lahat kayo na naririto ay gustong makamit din ang lahat ng nasa akin, at hindi ang Banal na Kamahalan ang tinutukoy ko na...! Naiintindihan N'yo na ang aking sinasabi.

Huwag ninyo akong bigyan ng donuts, tinatawag kong tinapay ang tinapay at ang alak na alak dahil ganyan ako. Ang gusto ko ay klaro ang lahat. Walang paliguy-ligoy! Iyan ang masasabi ko!"

At muli siyang dumura mula naman sa kabilang ngipin. Lumusot naman ang laway ngayon sa loob ng tenga ni San Francisco.

Ang Ama na Walang Hanggan, na seryosong pinakinggan ang bawat salita ni Don Policarpio, ay naiwang nakatayo at nakanganga.

"Ngunit?...Bakit?...Paanong? Sa anong paraan?"

"Alamin, tandaan ninyo na nalalaman ko ang mga bagay-bagay tungkol sa bansang iyon at ako'y may karanasan..."

"Shut up, manong! Manahimik ka!", sabat ng isang lalaki na nasa likuran niya.

"Hindi mo nauunawaan ang usapin dito. Wala tayo sa Maynila kundi sa Hukuman ng Langit!"

Ang nagsalita ay isang magandang lalaki na lubhang disente ang kilos.

"Sige, kung gayon, tila mas kilala mong mabuti ang Pilipinas. Liwanagan mo kami", sabi ng Ama sa ikalawa.

Ang tinukoy ay hinimas ang kanyang bigote, tumingin sa lahat nang may mayabang na ngiti at nang maalala ang koro ng mga birhen ay pinatikas ang kanyang tindig, at sa isang matamis at malakas na tinig ay nagsabi *"Kabanal-banalang Kamahalan, ang kababaang-loob na laging kakambal ng aking partisipasyon sa mga pampublikong pagpupulong, kung saan ako nagkaroon ng magandang kapalaran na makadalo, minsan pa nga'y ako ang nangangnasiwa, mula sa pagpupulong sa mga popular na liwasan hanggang sa kagalang-galang na sesyon ng parlyamento ng aking bansa"*

"Tumbukin mo na, mister! Tumbukin mo na!", sabat ni Don Policarpio.

"Ginoo! Huwag kang bastos! Hayaan mo akong magsalita!"

45

"Manahimik ka, mister!"

"Naiinggit ka lang!"

"Daanin na lang natin sa kantahan! Maestro?! Musika ng Langit!"

Nauwi sa palitan ng mga maaanghang na ng salita ang dalawa at lalala pa sana ang bangayan kung hindi namagitan si San Miguel, ang punong pulis ng kalangitan, at pinatahimik sila.

Ipinagutos ng Amang Walang Hanggan na sila'y palayasin sa harap Niya habang ang mga anghel at mga birhen naman ay pilit pinipigil ang kanilang mga hagikgik.

Ang sunod na iniharap ni San Juan ay isang matandang babae na may dala-dalang mga lumang eskapularyo, mga kandila, mga novena, sinturon at iba't-iba pang mga abubot.

"Siya po ay si Doña Antonia, ipinanganak sa Pilipinas, Nilustay niya ang kanyang pera sa pagbili ng mga abubot na ito at inubos niya ang walampung-taon ng kanyang buhay sa kabu-bulong ng mga dasal!"

"Layas!", sigaw ng Ama na Walang Hanggan. *"Ang isang 'yan? May nalalaman ba siya tungkol sa Pilipinas?"*

"Siya po ay isang kapitan de barangay, nakulong dahil utang at

doon na namatay."

"At? Ano ang nalalaman niya tungkol sa bansa?"

"Ang mga pari, señor, ang mga talaan, ang mga pari, señor, ang mga listahan, ang mga listahan, ang mga pari, ang mga listahan, ang mga talaan, ang mga pari...", pautol-putol na bigkas ng kaawa-awang lalaki.

Napabuntong-hininga si Amang Diyos.

"Papagpahingahin na siya."

"Ang isang ito po ay isang matinik na abogado sa bansa, na tumanggap na mataas na bayad dahil sa mahusay niyang paglilingkod sa mga pari."

"Abogado?! Aber, tingnan natin. Magsalita ka!"

Nagsimulang manginig ang abugado, na isang matabang lalaki na may malaking bilbil. Hindi ito mapakali sa kanyang pagkakatayo. Hindi rin siya agad makuhang makapagsalita hanggang bigla na lang siyang dumighay.

Hindi na nakapagpigil at nagbulalas ng matunog na hiyawan ang mga mahihinhing birhen at ang mga anghel.

"Magsitahimik kayo!"

Agad namang tumahimik ang lahat.

"Halika. Magsalita ka. Nasa harap ka ng mga kaibigan. Magtiwala ka."

Pagkarinig ng mga maamong salitang ito, ay bigla namang humagulgol ang abogado! Hindi tumigil ang matabang abogado sa kangangawa kaya't inalis na rin siya sa harapan ng Amang Walang Hanggan.

Napapadalas na ang paghaplos ng mga kamay ng Matandang Dios sa Kanyang balbas.

"Ang susunod ay itinuturing na pinakamarunong sa kanyang panahon, na laging nasa kapangyarihan, na naging isang hukom, isang gobernador, direktor at iba pa."

"Halika. Lumapit ka. Sabihin mo sa akin ang mga nais kong malaman tungkol sa Pilipinas."

"Ah? Nais ng Banal na Walang Hanggan na maliwanagan? Simple lang po ang dapat N'yong gawin", kumpiyansang sagot ng lalaking intelente.

"Ano? Sabihin mo? Ano ang dapat Kong gawin para maliwanagan ako tungkol sa mga pangyayari sa Pilipinas?"

"Ang pinakamainam Ninyong gawin ay pumunta ho Kayo sa mga prayle! Kumunsulta sa mga pari, manghawak ng mahigpit sa mga prayle, purihin ang mga pari, makiisa sa grupo ng mga prayle, sumang-ayon sa lahat ng sinasabi ng mga pari..."

"Ah ganu'n?! Pwes, bumalik ka sa mga pari!", bwelta ng Amang Dios na ngayon ay galit na.

Hinablot ni San Miguel ang lalaki, sinipa siya sa isang bahagi at humagis siya pabalik sa mundo. Pagdating sa lupa, isa na itong palayok na putik na bumagsak sa pagamutan ng isang kumbento.

"Bakit nakapapasok ang mga ganyang nilalang sa aking kaharian nang hindi muna nalilinis? Ano ang ginagawa mo Pedro?!", sigaw ng Panginoon na nauubusan na ng Kanyang dakilang pasensya.

Agad isinunod ni San Juan ang isang matandang lalaki na "malakas ang hangin" sa katawan.

"Ito ang isa sa 'pinakamatatabang ibon' ng Pilipinas. Siya po, noong nabubuhay pa sa Pilipinas, ay isang prayle..."

"Aha! Ito pala ang prayle!", sigaw ng Amang Walang Hanggan.

Sa simula pa lang, pinag-aaralan nang mabuti ni Amang Diyos ang matandang lalaki at agad napansin na kakaiba ito sa lahat.

The Friar

"Tinangnan natin kung paano ipaliliwanag ng pari ang kanyang sarili! Lumapit ka. Magsalita ka."

"Ganito po iyan Señor. Tulad ng nakikita Ninyong lahat sa akin", pahayag ng matandang lalaking kakaiba sa lahat, *"ako ay marapat lamang hangaan ng lahat dahil nagawa kong paunlarin ang Pilipinas sa pamamagitan ng pagkamal ko ng lahat ng kayamanan doon. Nilunod ko ang mga Pilipino ng mga palibot-liham ng iglesia na hindi naman binasa. Inawit ko ang 'Te Deum' sa paniniwalang ititigil nito ang mga paglindol at bumalik ang mga pagyanig. Biniyayaan ko ang mga deboto ng mga indulhensya, mga libro ng kaulolan upang gawin silang mas kagalang-galang at nadoble ang tuwa ng mga 'Indio.'*

Nagpagawa ako ng mga sasakyang pandagat mula sa pera ng bayan, upang ipagtanggol sila laban sa mga di-Katoliko at ang mga hindi mananampalataya ay kinamkam ang mga barko samantalang ang pera ay nawala na lang ng parang bula. Ginawa kong masaya ang Pilipinas. Pinatawa ko ang mga Pilipino, pinangiti, pinatawa, pinangiti, pinatawa. Tawa lang ng tawa ang mga Pilipino at hanggang sa mga sandaling ito, patuloy pa rin sila sa pagngiti at pagtawa... Wowoweee!!! Bulaga!!!

"At hindi totoo ang mga paghihirap na nakikita ko..."

"Señor, walang paghihirap! Walang-wala! Hindi kapani-paniwala iyan. Nang ako ay mamatay ay nakapag-iwan pa ako ng walong libong piso sa bawat tagapagmana ng ko at, isipin ninyo Señor, marami akong mga tagapagmana!

Dalawa o tatlo sa bawat nayon kung saan ako nadestino! Paghihirap!? Wala niyan sa Pilipinas! Napakayaman ng Pilipinas! Napakasarap ng buhay sa Pilipinas! Señor, tanungin Ninyo ang mga kapwa ko prayle? Hindi N'yo ba nakikita na sila'y matataba at malulusog? Kadarating pa lamang nila sa bansa pero kitang-kita na Ninyo ang ebidensya. Sa Pilipinas, lahat ng mga bagay-bagay ay sobra-sobra!"

"Layas! Lumayas ka sa harapan ko! Lumayas ka bago sumabog ang aking galit at itapon kita sa mundo sa nabagong-anyo ng maruruming hayop!", sigaw ang Panginoon matapos masaksihan ang kabastusan at mga kalokohan ng prayle.

Nahinto ang pagdinig ng Amang Walang Hanggan sa mga saksi sa Pilipinas.

Umalis na rin ang natitirang mga Pilipino. (Kabilang dito sina Emilio Aguinaldo, Manuel Quezon, Jose Laurel, Sergio Osmeña, Manuel Roxas, Elpidio Quirino, Ramon Magsaysay, Carlos Garcia, Diosdado Macapagal, Ferdinand Marcos, Corazon Aquino, Fidel Ramos, Joseph Estrada, Gloria Macapagal Arroyo…)

Nalilito at matindi ang panghihinayang ng iba sa kanila dahil may ilan sa kanila na maaari sanang makapagbigay ng matino at may katuturan na mga pagpapaliwanag tungkol sa mga babay-bagay sa Plipinas.

Pero dahil nasa dulo sila ng pila, walang nakapansin sa kanila!

Matapos ang ilang sandali ng pagmuni-muni, ang Amang Walang Hanggan ay nagsalita kay Jesus sa isang matigas na tinig:

"Sa pangalan mo, Hesus anak ko, sa titulo mong Kristo, ay gumagawa sila ng mga kakila-kilabot na pagsalangsang sa katarungan. Kaya't isusugo kitang muli sa lupa, upang pag-aralan mo ang mga pagkakamali, at ipararating mo sa akin ang iyong mga matutuklasan at magbibigay ka sa akin ng mga solusyon upang malunasan ang kanilang mga suliranin…"

"Sa piling muli ng mga Pariseo?", tanong ni Hesus na ngayon ay namumutla.

**Jesús en casa de Anás
José de Madrazo
Museo del Prado**

"Oo, sa piling nila muli! Kung isinulat mo lamang ang iyong mga batas at ang mga salita, kung umupo ka nagpahayag nang may katiyakan at kalinawan, hindi ka sana magagamit sa pandaraya, hindi sana maiiba ang iyong mga sinabi, o hindi nila mapasasama ang iyong doktrina o maaabuso ang iyong kapangyarihan! Ang sangkatauhan sana ay naligtas sa maraming usapan, mga

pagtatalo, mga digmaan at mga pag-uusig at kay bilis sana ng kanilang pag-unlad!"

Napayuko si Jesus at napabuntong-hininga. Nagpatuloy ang Diyos, ngayon naman ay sa isang matamis na tinig...

"Subalit, huwag kang matakot... sa pagkakataong ito ay lalampas sa iyo ang mapait na inumin. Magiging mas maingat ka dahil maaalala mo ang nakaraan. Mananatili kang hindi kapansin-pansin at iiwas ka na sa pakikisalamuha sa mga Pariseo at mga eskriba. Hindi na kailangang ipinanganak ka pang muli ng isang birhen, isang bagay na mahirap dahil doon ay itinuturong kasalanan ang tanggihan ang hiling ng kanyang asawa.

Hindi na rin kailangan na pumatay pa ng labing-apat na libo, bagkus, ang kailangan ay dumating ka roon na nasa hustong gulang na, isang ganap na ginoo, dahil kung ikaw ay ipinanganak doon at doon ka mag-aaral, ikaw ay lalaking ignorante, mapurol ang utak at mahihirapan akong ibalik ka pa sa katinuan. Mag-ingat ka. Iwasan mo ang makipag-usap sa mga bihasa sa batas, dahil tiyak na tatawagin ka nilang filibustero-subersibo at hindi ka na makalalabas doon ng buhay. Ingatan ka nawa ng Diyos na huwag kang humantong sa pagpapapalayas ng mga negosyante at mga nagtitinda sa templo dahil tiyak na kakasuhan ka nila at higit sa lahat, ingatan mo na huwag tawaging lahi ng mga ahas at mga serpiyente ang libu-libong Pariseo na makakasalamuha mo roon. Humayo ka, bumalik ka sa lupa para sa pag-ibig para sa sangkatauhan, para sa dangal ng iyong pangalan at upang hindi makasama sa mga tao ang iyong pagdurusa. Maging matiisin ka, maging mahinahon ka at maging mapagmatyag."

At ang Panginoon ay bumaling kay San Pedro, na nang mga

sandaling iyon ay papalit, at sinabi sa kaniya:

"At ikaw, bakit pinapapasok mo sa aking kaharian ang napakaraming mga kulang-kulang at mga siga na kailangan pa ng daan-daang taon ng paglilinis at pagbabayad-puri, maling pinto ba ang binabantayan mo? Babalik ka sa lupa."

"What????!!!! Ngunit, Panginoon! Abala po ako sa pagtatatak ng mga indulhensya!!!, hiyaw ni San Pedro na napaluhod sa kanyang mga tuhod.

"Babalik ka sa lupa at sasamahan mo si Jesus sa kanyang mga paglalakbay, matigas na patuloy ng Panginoon, *dahil hinayaan mo ang mga iniwan mong tagapagmana sa lupa na magsabing mga kahalili sila ni Jesus! Dapat lang na bumababa ka sa lupa dahil sa pangalan mo, isinasagawa ang maraming mga pang-aabuso roon!"*

Wala nang magawa ang dalawa kundi ang iyuko ang kanilang mga ulo, tanggapin ang basbas ng Ama at malungkot na umalis.

Paglabas sa mga pintuan ng Langit, umatungal si San Pedro kay Jesus.

"Panginoon, sa pagkakataong ito wala na tayong ligtas! Hindi mo alam kung paano nila pinamamahalaan ang Pilipinas, pero may balita ako. Si Pilato, kahit paano, ay naghugas pa ng kanyang mga kamay, pero doon dinudumihan pa nila ang kanilang mga kamay. Ang mga Hudyo, matapos kang ipapako sa krus, ay hindi na tinugis pa ang sa iyong ina o ang iyong mga kamag-anak o

kahit ang iyong mga alagad, ngunit, Maestro, sa Pilipinas, uy! Sa Pilipinas! Doon sa Judea, habang pasan mo ang iyong Krus, ang mga kababaihan ay nagpakita pa rin ng kanilang pakikiramay, ngunit sa Pilipinas, hindi pa kayo inaakusahan ay itinatakwil ka na nila upang hindi silang paghinalaan! Aba ako, ay, ay!"

"Magpakatapang ka,Pedro, magpakatapang ka! Kasalanan natin ito! Iniwan mo ang iyong mga susi sa ibaba at ako naman ay naglaro ng mga salita na gamit ang iyong pangalan nang itatag ko ang aking iglesia kaya nakuha itong samantahin ng mga manggagantso. Leksyon sa akin ito na huwag akong maglalaro ng mga salita kapag nahaharap sa mga bagay na lubhang seryoso."

Habang nalalapit sila sa lupa, lalong nagiging malungkot at lumalalim nang lumalalim ang iniisip ni Jesus. Ang kanyang maginoong pagmumukha ay binabalot ng kalungkutan at masasabing ang gabi ay bumababa sa kanyang buong pagkatao. Dinatnan niya ang lupa, na pinagbuwisan niya ng kanyang dugo upang maipangaral ang pag-ibig, na isinasagawa pa rin ang mga immoralidad tulad ng dati o mas masahol pa; pag-iiyakan, kalungkutan at kawalang pag-asa sa isang banda, makasariling mga halakhak, kasiyahan ng kalapastangan sa Diyos sa kabilang dako, at sa lahat ng dako, ang sangkatauhan na kaawa-awa at walang ligaya ay gumagawa ng may di maubos na mga paghihirap.

Tulad ng dati, ang mga mahihirap ay biktima ng mga mayayaman, ang mahihina ay sinusupil ng malalakas, mga batas para sa mga walang kaya, mga bayarin para sa mga uring nangangailangan, at ang mga mayaman, ang nasa kapangyarihan, karapatan at pribilehiyo. Sa dagat ng kahirapan at luha ay nakita Niya na may lumilitaw na mga mukha, na tila mga bibihirang isla, na nakangiti at may kapayapaan, na nililingon ng may kalungkutan ang paligid, ngunit ang mga alon ay galit, hinahampas sila ng mapapait na bula, sinusumpa sila, pinapatay, inalipusta at sa pagitan ng sigawan ay narinig ni Jesus na binibigkas ang kanyang pangalan. Napasigaw ni Jesus, sabay takip ng kanyang mukha ---

"Kagimbal-gimbal! Kagimbal-gimbal! Mga walang kawawaang pagdurusa!

Mga walang kabuluhang matitinding paghihirap! Mas mabuti pa kung hinayaan ko ang sangkatauhan na iligtas nila ang kanilang sarili, na gamitin ang likas na lakas at sindihan ang liwanag na ibinigay sa kanila ng Walang Hanggan! Kung kaya ng tao na tuklasin ang maraming madidilim at malalalim

na lihim ng kalikasan upang balangkasin ang Kanyang mga banal na batas, bakit hindi niya matutuklasan at mapagliliwang ang mikrobyo ng moral na inilagay ng Diyos sa kanyang budhi at ang kanyang puso? Mas madali ba na pag-aralan ang mga katangian ng mga metal na nakatago sa kailaliman ng lupa kaysa sa mga hinihingi ng budhi na nagsasalita sa atin sa lahat ng oras?

Ano ang saysay ng pagpapakasakit ko kung sa iilang mga bunga ay sisibol ang napakaraming mga tinik? Ano na ang naging bunga ng mga ginawa ko, ng mga paghihirap ko at kamatayan? Para sa ano ang aking naging mga pagdurusa, para pagtibayin ang kawalan ng katarungan, lunurin ang mga kunsiyensya at pagdilimin ang mga pag-iisip?"

Halos hindi makasabay si San Pedro sa kanyang Panginoon. Nagsalita ang Apostol.

"Panginoon…malapit na tayo roon… Pero ano ang nangyayari sa inyo, Maestro, bakit nababalot ng dugo ang inyong noo? Umiiyak kayo at ang luha N'yo ay dugo… Para bang nasa Getsemani uli kayo…"

Malungkot na umiling si Jesus at tumugon.

"Sana nga ay hindi lang higit pa sa mga pasakit ng kamatayan ang nararamdaman ko. Mas pipiliin ko pa ang libong kamatayan, ang libong Getsemanis kaysa sa sakit na bumabalot ngayon sa akin. Kung mamamatay ka para sa pag-ibig o sa paniniwala na ang iyong pagkamatay ay makabubuti, ang kamatayan ay isang kasiyahan… Ngunit kapag matapos ang kamatayan, matapos ang paghihirap ay kabiguan ang dumating…Oh! Hindi ko na ngayon ko kayang paliitin ang sarili ko hanggang mauwi ako sa wala. Na ganap na pulbusin at wasakin ang aking budhi para lang hindi ko na makita ang mapaminsalang epekto ng aking ginawa… Naparito ako sa lupa tulad ng liwanag at ginamit ako ng mga tao upang balutin ito sa kadiliman, ako ay dumating upang damayan ang mga mahihirap at sa aking relihiyon ay nagbibigay lamang ng mga pabor at mga indulhensya para sa mayaman, ako ay dumating upang wasakin ang pamahiin at ang pamahiin ay namumukadkad sa aking pangalan, namamayani at naghaharing ganap, ako ay dumating para tubusin ang mga tao at ang aking pangalan ay lumulupig ng mga probinsya, mga kaharian, mga kontinente, na nang-aalipin ng isang buong lahi o nilulupig hanggang walang matira ni isa. Ako ay dumating upang ipangaral ang pag-ibig at sa aking ngalan, sa pamamagitan ng walang saysay na pagtatangi-tangi, sa kanipisan ng pag-iisip ng mga taong walang magawa, ay pinagsabong ang mga tao laban sa

isa't-isa at binalot ang lupain ng kamatayan at pagkawasak, binabanal ang krimen gamit ang prestihiyo ng Diyos. Katawa-tawa, kasuklam-suklam, malahalimaw na pagkakamali, napakalaking kalapastanganan sa Diyos!"

Buong pait at wasak ang puso na lumuha si Jesus.

"Oo...tama lang na maging tungkulin ko na tubusin silang muli, tubusin ang sangkatauhan mula sa bangin na kinahulugan nila, at nagdusa ng isang libong kamatayan na mas malupit kaysa akin. Walang dapat makapigil sa akin! Lumayo ka Takot! Takot lumayo

ka! Sa pagkakataong ito ay hindi lamang pag-ibig, kundi pag-ibig, tungkulin at katarungan ang nagdadala sa akin sa kamatayan!"

"Panginoon, iniisip N'yo bang magpapakong-muli sa krus?"

Si Jesus, na nasa malalim na pagmumuni-muni, ay hindi sumagot. Papalapit na sila sa Pilipinas at nakikita na nila ang mga matataas na bundok na tila nakaputong na mga korona sa mga isla, na nakatayong namumukod at sa likuran nito'y ang napakalinaw na tubig na kumikislap sa tama ng liwanag ng mga bituin. Mula sa kalayuan nakita rin nila ang tuktok ng isang bulkan, pula na tila mantsa ng dugo sa kapus-palad na lupain. Sa dakong Silangan,sumisilip na ang liwanag, ang hudyat ng pagdating ng bukang-liwayway...

Photo Sources :

https://commons.wikimedia.org

https://pixabay.com/

ABOUT THE AUTHOR

Ramon E. Bayron is an award-winning Filipino screenwriter, multi-media producer, data analysis student and a self-proclaimed admirer of the works of Dr. Jose Rizal.

Made in the USA
Monee, IL
18 August 2025

23636767R00045